त्याची पाचवी

विजय तेंडुलकर यांची नाटके

नाटक

अशी पाखरे येती
एक हट्टी मुलगी
कमला
कन्यादान
कावळ्यांची शाळा*
कुत्रे
गिधाडे
गृहस्थ*
घरटे अमुचे छान
घाशीराम कोतवाल
चिमणीचं घरं होतं मेणाचं
चिरंजीव सौभाग्यकांक्षिणी
झाला अनंत हनुमंत
त्याची पाचवी***
दंबद्वीपचा मुकाबला
नियतीच्या बैलाला**
पाहिजे जातीचे
फूटपायरीचा सम्राट
बेबी
भल्याकाका
भाऊ मुरारराव
मधल्या भिंती
माणूस नावाचे बेट
मित्राची गोष्ट
मी जिंकलो! मी हरलो!
विठ्ठला
शांतता! कोर्ट चालू आहे
श्रीमंत
सखाराम बाइंडर
सफर**
सरी ग सरी

एकांकिका

समग्र एकांकिका : भाग १
समग्र एकांकिका : भाग २
समग्र एकांकिका : भाग ३

बालवाङ्मय

इथे बाळं मिळतात
चांभारचौकशीचे नाटक
चिमणा बांधतो बंगला
पाटलाच्या पोरीचं लगीन
बाबा हरवले आहेत
बॉबीची गोष्ट
राजाराणीला घाम हवा

अनुवादित

आधे अधूरे
(मूळ लेखक : मोहन राकेश)
तुघलक
(मूळ लेखक : गिरीश कार्नाड)
मी कुमार
(मूळ लेखक : मधु राय)
लिंकन यांचे अखेरचे दिवस
(मूळ लेखक : मार्क फॉन डॉरन)
लोभ नसावा ही विनंती
(मूळ लेखक : जॉन पॅट्रिक)
वासनाचक्र
(मूळ लेखक : टेनेसी विल्यम्स)

---

* ‘गृहस्थ’चे पुनर्लेखन : ‘कावळ्यांची शाळा’
** ध्वनिफितीच्या रूपानेही प्रकाशित
*** मूळ इंग्रजी : His Fifth Woman (अनु. चंद्रशेखर फणसळकर)

त्याची पाचवी

('His Fifth Woman'
ह्या मूळ इंग्रजी नाटकाचा स्वैर अनुवाद)

विजय तेंडुलकर

स्वैर अनुवाद : चंद्रशेखर फणसळकर

पॉप्युलर प्रकाशन, मुंबई

त्याची पाचवी
(म -१०७२)
पॉप्युलर प्रकाशन
ISBN 978-81-7185-979-5

TYACHI PACHAVI
(Marathi : Play)
Vijay Tendulkar
Tr. Chandrashekhar Phansalkar

पहिली आवृत्ती : २००९ / १९३०
पुनर्मुद्रण : २०१८ / १९४०

प्रकाशक
हर्ष भटकळ
पॉप्युलर प्रकाशन प्रा. लि.
३०१, महालक्ष्मी चेंबर्स
२२, भुलाभाई देसाई रोड
मुंबई ४०००२६

अक्षरजुळणी
एच. एम. टाइपसेटर्स
११२०, सदाशिव पेठ
विद्याधर अपार्टमेंटस
निंबाळकर तालीम चौक
पुणे ४११०३०

मुद्रक
रेप्रो नॉलेजकास्ट लि.
बिल्डिंग नं. ए. १
जीइबीआय इंड. पार्क
सोनाळे, ठाणे ४२१३०२

(सप्टेंबर २००४ मध्ये विजय तेंडुलकर यांच्या समग्र साहित्यावर अमेरिकेत न्यूयॉर्क येथे एक महिनाभर महोत्सव आयोजित करण्यात आला होता. या महोत्सवात 'हिज फिफ्थ वुमन' या मूळ इंग्रजी नाट्यसंहितेचे वाचन आणि नाट्यप्रयोग सादर करण्यात आला. त्या वेळी नाटकाचे दिग्दर्शक स्टर्गिस वॉर्नर यांनी दिग्दर्शक या नात्याने जे विचार मांडले ते इथे देत आहोत.)

Comments from the Director

Sturgis Warner

I came to *'His Fifth Woman'* in the summer of 2004 through The Lark Play Development Center, where I am an Artistic Associate. Actually, the play had yet to be written. The Lark was taking part in a month-long Tendulkar Festival later that fall in New York City sponsored by the Indo-American Arts Council. A number of theatre companies were brought together to present readings, workshops and productions from the cannon of Tendulkar plays. The Lark, whose mission is to serve playwrights in the development of new plays, asked 'Ten, (Pronounced Tain') he likes to be called, if he might want to write something new and experience a Lark "Studio Retreat," a week-long wrokout culminating in a single, book-in-hand, public performance. Although he had not written for the theatre in a number of years and never in English, Ten agreed to give it a try. It was not easy for him. In e-mails over the next six weeks he expressed doubts wheter he would be able to come up with anything at all. I reassured him that the play need not be full length, not finished. That Lark audiences were used to works in progress. And if a new play failed to emerge, we'd figure something else out. A new Tendulkar Play, however, was being heavily promoted on the festival schedule and Ten did not wish to disappoint. With little time to spare, be wrote *His Fifth Woman,* a prequel to his famous 1972 play, *Sakharam Binder.*

Writing a prequel to an important, well-known and highly controversial play can be dangerous. The bar is instantly raised. Expectations are high. Mediocre results can only bring disappointment. Why take the chance on such a great work?

I am happy to report that *His Fifth Woman* is a marvelous addition to the world of *Sakharam Binder*. Ten's exploration of death and the afterlife resonate with humor and insight. From Sakharam's reluctant struggle over his dead mate's soul, to Dawood, the Muslim, fighting for proper Hindu burial rites, to the ever smart crows who enjoy all the confusion, he continually surprises. As absurd as it is, Ten's version of the afterlife does given one pause. Why shouldn't the next world be exactly as he draws it? It contains no less logic than the popular beliefs presently on the table.

Ten remarked to me that he could never have written this play in 1972. It just wasn't in him. We talked a lot and I enjoyed our discussions immensely. He is a warm man with a sly twinkle in his eye – a spark really. Although age and health are slowing him down he retains a great passion for life. He loves nothing more than the process of putting on a play. Those have been his happiest moments, he says. He loves theatre people and has been around them since he was crawling. He is theatrically very smart, very astute. He knows what he likes, he knows what he doesn't like and is not shy in expressing his opinion.

I cast the workshop with six actors, doubling and tripling roles giving each cast member as much to do as possible without compromising the storytelling. The better the roles one has to offer, the better the actor one can attract. We got some excellent ones. I divided up the stage directions and assigned them to the ensemble. I find that group storytelling with certain plays can be highly effective especially in a taged reading. Good actors have the ability to turn dry stage directions into exciting theatre. I also had the "offstage" actors (seated onstage) underscore various moments with vocalized sound effects.

The result was a highly theatrical presentation. Staged readings can be very pure events. There is just the text, the acting, a little movement and basic storytelling. When a good text is well done, the simplicity of it all can be most satisfying.

That said, I hope HIS FIFTH WOMAN has many full productions, The play deserves it. Our single New York audience had a wonderful time, as did the cast. Here's to others enjoying it as well.

16th July 2005, New York **– Sturgis Warner**

ती वीस मिनिटं....

तेंडुलकरांच्या शेवटच्या आजारात ते हॉस्पिटलमध्ये असताना त्यांची भेट नेहमीच होत असे. त्या काळात त्यांच्या खोलीत अनेकांनी दिलेल्या अनेक पुस्तकांची, संगीत-चित्रपटांच्या सीडीज्, कॅसेट्सची रेलचेल असे. एक दिवस त्यांच्या खाटेवर एका हस्तलिखिताची प्रत पडलेली मला दिसली. चाळायला हातात घेतली आणि लक्षात आलं, ते एका नाटकाचं हस्तलिखित होतं. नाटक इंग्रजीत लिहिलेलं, पण पात्रांची नावं सखाराम आणि दाऊद! अर्थातच 'बाइंडर' आठवलं आणि आश्चर्यही वाटलं. हे नाटक वेगळं होतं. पण पात्रं 'सखाराम बाइंडर'मधली. त्या हस्तलिखितावर नाटकाचं आणि लेखकाचंही नाव मला दिसलं नाही. मी तेंडुलकरांकडे प्रश्नार्थक पाहिलं. ते म्हणाले, "मीच लिहिलेलं नाटक आहे. हिज फिफ्थ वूमन."

"इंग्रजीत ?"

"अमेरिकेतील एका फेस्टिवलसाठी लिहिलं होतं. दोन वर्षांपूर्वी. तिथल्या एका ग्रुपसाठी." तेंडुलकर.

"सखाराम आणि दाऊद म्हणजे बाइंडरमधले?" मी.

"हो." तेंडुलकर.

"म्हणजे...?" मी.

"वाचून बघ." तेंडुलकर.

इतक्या बोलण्यानंतर मी नाटकाची प्रत बाजूला ठेवली. ती विसरून तिथंच राहिली. वाचणं झालंच नाही.

मधे काही दिवस गेले. एक दिवस त्यांच्या खोलीत मला पुन्हा एकदा ते नाटक दिसलं.

"बाबा, हे नाटक वाचायचंच राहिलं." मी.

"मोहित टाकळकरला करायची इच्छा आहे." तेंडुलकर.

''इंग्रजी नाटक?'' मी.

''मराठीतून. माझ्या मागे लागलाय करून द्या म्हणून. पण मला होणार नाही सध्या.'' तेंडुलकर.

नंतर इकडच्या तिकडच्या गप्पा. त्या दिवशी जाताना मात्र प्रत न्यायचं माझ्या लक्षात होतं.

''बाबा, मी आज घेऊन जाऊ वाचायला?'' मी तेंडुलकरांना विचारलं.

''तू करतोस मराठीत?'' त्यांच्या थेट प्रश्नानं मी दचकलोच.

मनात उत्तर आलं ते अर्थातच 'काय म्हणताय!! आनंदाने!' असंच. पण मी मुद्दाम ''आधी वाचू का?'' असं म्हणालो. तसं म्हणायचं तरीही, तसं म्हटलेलं त्यांना जास्त रुचेल म्हणून. ते शांतपणे 'ठीक आहे' असं म्हणाले. मी तेथून बाहेर पडलो.

त्या रात्री नाटक वाचलं. दुसऱ्या दिवशी त्यांना भेटायला हॉस्पिटलमध्ये गेलो. आणि नाटक वाचून ठरवल्याप्रमाणे ''नाटक आवडलं. भाषांतर करतो'' असं त्यांना सांगितलं. ते म्हणाले, ''ठीक आहे.'' विषय संपला.

पुढे महिना असाच गेला. मला भाषांतराला सुरुवात करणं जमलं नाही. तेंडुलकरांच्या भेटी होत होत्या. एक-दोन वेळा त्यांनी नाटकाची आठवणही करून दिली. लवकरच त्यांच्या प्रकृतीत सुधारणा होऊन ते हॉस्पिटलमधून घरी आले. आजारपणामुळे आलेला थकवा, घेत असलेल्या अनेक औषधांचे नकोसे परिणाम या सगळ्यांनी ते काहीसे गांजलेले होते. तरीही तल्लखपणा नेहमीचाच. विचारातला नेमकेपणा, बोलण्यातील मार्मिकता तीच, नेहमीची. एक दिवस बोलता-बोलता त्यांनी भाषांतराचा विषय काढला. मी अजूनही सुरुवात केली नव्हतीच.

ते म्हणाले, ''एखाद्याला नाटक करण्याची इच्छा असतानाच भाषांतर होण्यात अर्थ आहे. तू थांबलायस कशासाठी?'' त्यांच्या आवाजातली सहसा न आढळणारी धार मला लगेच जाणवली. आणि घरी गेल्या गेल्या मी भाषांतराला बसलोच.

एव्हाना मी नाटक दोन-चार वेळा वाचून काही टिपणं काढून ठेवली होती. 'सखाराम बाइंडर'चं हे 'प्रिक्वेल' असल्याने, 'बाइंडर'ही परत वाचले होते. लिहायला सुरुवात केली आणि कुठेही न अडखळता आश्चर्यकारक सहजतेने भाषांतर होऊ लागलं. माझ्या लक्षात आलं की, मूळ इंग्रजी नाटकातील तेंडुलकरांची भाषाच अतिशय 'ट्रान्सलेटर फ्रेंडली' आहे! त्यांच्या मराठीसारखीच त्यांच्या इंग्रजीचीही प्रकृती आहे. तशीच प्रवाही. तोच काटेकोर नेमकेपणा. तेंडुलकरांच्या भाषेचा परिचय असणाऱ्या कुणाचाही हे भाषांतर करण्यात

सायास पडणार नाही, असे मला वाटलं.

भाषांतर आठवड्यातच पूर्ण झालं. मी काम झाल्याचं तेंडुलकरांच्या कानावर घातलं. त्यांनाही बरं वाटल्याचं दिसलं. मला विशेष आनंद झाला. तोपर्यंत त्यांची प्रकृती पुन्हा ढासळत चालल्याची लक्षणं दिसत होती. तरीही ''मला वाचून दाखव'' असं ते म्हणाले. ''केव्हा?'' असं विचारता मात्र ''सांगतो'' इतकंच म्हणाले. काही दिवस गेले.

त्यांचा थकवा वाढत होता. शरीराच्या सततच्या आजारीपणामुळे मनावरही मळभ येऊ लागल्याचं दिसत होतं. मी तर वाचून दाखवायला उतावीळ. एक दिवस अचानक म्हणाले, ''नाटक घेऊन ये आज.'' मला आनंद झाला. ते राहत होते त्या घरीच बैठक जमली. स्वत:च्या हातात मूळ इंग्रजी प्रत घेऊन ते बसले. मला समोर बसवून वाचन सुरू करायला सांगितलं.

नाटकाच्या सुरुवातीलाच कंसात मोठा मजकूर आहे. तेंडुलकरांच्या नाटकातील कंसही नाट्यमय असतात. हा कंस त्याला अपवाद नाही. मराठीतही तो इंग्रजीइतकाच चांगला जमावा असा माझा प्रयत्न होता. मी कंस वाचायला सुरुवात केली. ''कंसातले मजकूर वाचायची गरज नाही. फक्त संवाद वाच. प्रेक्षक फक्त संवाद ऐकतात.''

मी प्रत्यक्षात आणि मनात मान डोलावली आणि संवाद वाचायला सुरुवात केली. पुढची वीस मिनिटं मी फक्त दीड पानं संवाद वाचू शकलो! प्रत्येक वाक्यानंतर तेंडुलकर मला थांबवत. आणि मी लिहिलेल्या वाक्यात बदल सुचवत. बदल छोटे-छोटेच. कुठे एखादा शब्द कमी तर कुठे एखादा नवीन. कधी वाक्याच्या रचनेत छोटा बदल तर कधी व्याकरणात. पण त्या छोट्या बदलांमुळे पूर्वीच्या वाक्यात आळसावून बसलेले अर्थ एकदम सरसावून दक्ष झाल्यासारखे जाणवू लागले. अघळपघळपणा टाकून संवाद एकाएकी स्मार्ट झाले. शब्दांमध्ये नव्या अर्थछटांची भर पडली. बऱ्याच जागी जास्तीचे शब्द लिहिले होते मी. वाक्य ऐकल्या-ऐकल्या तेंडुलकर ते हेरून छाटायला सांगत आणि बोथट वाक्याला आणखीनच धार चढे! एकीकडे मी वाचत होतो आणि समोरची इंग्रजी प्रत पाहत-पाहत तेंडुलकर सांगत होते. संवाद-लेखनातलं एक कोचिंग सेशनच वीसएक मिनिटं चाललं होतं. दुर्दैवानं ते तेवढ्यावरच संपलं. एका क्षणी अचानक तेंडुलकर म्हणाले, ''पुरे आता. कॉन्सन्ट्रेशन होत नाही. नंतर बघू.'' आणि आम्ही थांबलो.

लवकरच ते मुंबईला परतले. पण तिथे त्यांची प्रकृती आणखीनच खालावली. पुण्याला उपचारांसाठी परत येईपर्यंत ते खूपच अशक्त झाले होते. एक-दोनदा

तशातही ''भाषांतरावर काम करूया'' असं म्हणाले, पण ते काही खरं नव्हतं. त्या दीड पानांपुढच्या भाषांतरावर काम करणं त्यांना शक्य झालंच नाही.

ते गेल्यानंतर काही दिवसांनी मी पुन्हा नाटक हाती घेतलं. त्यांच्यासोबतची ती वीस मिनिटं स्मरणात आणली आणि त्या वीस मिनिटांना समोर बसवून उरलेल्या भाषांतरावर काम केलं तेच हे.

या कामात मला तेंडुलकरांचे जवळचे स्नेही आणि गाढे साहित्यप्रेमी द्वारकानाथ उर्फ बाजी व त्यांच्या सौभाग्यवती सुधा कुलकर्णी यांची खूप मदत झाली. तेंडुलकरांबरोबरची ती वीस मिनिटं पुण्यातील त्यांच्याच घरातली. ती दोघंही त्या 'कोचिंग सेशन'ला उपस्थित होती. त्या दृष्टीनेही या कामातील त्यांच्या मदतीला मोल आहे.

या भाषांतराच्या निमित्ताने तेंडुलकरांच्या तेजस्वी लेखनप्रपंचात माझं नाव जोडलं गेलं, याचा अभिमान तर वाटतोच आहे, पण त्याहीपेक्षा अधिक आनंद वाटतो तो संवादलेखनातील ते वीस मिनिटांचं 'कोचिंग- सेशन' पदरात पडल्याचा!

दि. २० डिसेंबर २००८, पुणे **– चंद्रशेखर फणसळकर**

‘हिज फिफ्थ वुमन’ ह्या मूळ इंग्रजी नाटकाचा पहिला प्रयोग दि. १४ ऑक्टोबर २००४ रोजी लार्क प्ले डेव्हलपमेंट सेंटर, न्यूयॉर्क येथे इंडो-अमेरिकन आर्ट्स कौन्सिलने आयोजित केलेल्या विजय तेंडुलकर महोत्सवात झाला.

दिग्दर्शक	:	स्टर्गिस वॉर्नर

कलाकार

सखाराम	:	संजीव झव्हेरी
दाऊद	:	देबाग्रो सन्याल
वॉर्डबॉय, कावळा	:	रिझवान मनजी
नर्स, कावळा	:	गीता रेड्डी
पाचवी, कावळा	:	अमी शुक्ला
ब्राह्मण, चित्रगुप्त	:	सम्राट चक्रवर्ती

[मध्यरात्र. थंडीचे दिवस. एका छोट्या गावातील सरकारी इस्पितळातील एक जवळजवळ निर्मनुष्य लॉबी. अंधुक प्रकाश, लॉबीच्या छताला टांगलेल्या एकुलत्या एक दिव्याचा.

[एका बाकड्यावर गाढ झोपलेला वॉर्डबॉय. थंडी वाजू नये म्हणून जमेल तेवढं अंग आक्रसून झोपी गेलेला. चेहरा रुमालानं झाकलेला. अंगावर एखादं बेडशीट किंवा कांबळं.

भिंतीला लागून एक अस्वच्छ असं स्ट्रेचर. भिंतीवर सहसा हॉस्पिटलात असतात तशी एक-दोन आरोग्यविषयक पोस्टर्स चिकटवलेली.

[बाहेरच्या बाजूला गलका. हमरीतुमरीवर आलेल्या माणसांचे चढलेले आवाज. एखादी हातगाडी ढकलत आणताना यावा तसा आवाज. आवाज जवळ येऊन थांबतो. काही क्षण शांततेत जातात.

[दाऊद, डोक्यापासून पायांपर्यंत गरम कपडे घातलेला, प्रवेश करतो. हॉस्पिटल स्टाफपैकी कुणी माणूस दिसतंय का शोधतो. कुणी दिसत नाही. भिंतीलगतचे स्ट्रेचर पाहातो. ते घेऊन आल्या दिशेने परत जातो.

[काही क्षणांनी तो आणि सखाराम, डोके आणि कान माकडटोपीने झाकलेले, मानेभोवती मफलर आणि अंगात एक जाकीट, असे स्ट्रेचर घेऊन प्रवेशतात. स्ट्रेचरवर उबदार पांघरुणात गुंडाळलेले कुणीतरी आहे. दोघे स्ट्रेचर जमिनीवर ठेवतात.

[दाऊद तिशीचा. सखाराम चाळिशी उलटलेला. दोघांच्या हालचाली किंचित अस्थिर.]

सखाराम : येऊन तर पोचलो एकदाचे. दाऊद.

दाऊद : हां, हां सखाराम.

सखाराम : कुणी जागं दिसत नाही इथं.

दाऊद : हॉस्पिटल भी सोते होंगे रात के वखत।

सखाराम : यंदाची थंडी पार हाडं फोडणारी!

दाऊद : हू हू हू! मैं तो कपकपा रहा हूँ अभी भी। सखाराम, अब आगे क्या?

सखाराम : अब उसको अ‍ॅडमिट करना यहाँ.

दाऊद : हां मगर उसके वास्ते इधर कोई ना सोयेला मिले तो-

सखाराम : त्या कोपऱ्यात भिंतीपाशी - बाकड्यावर कुणीतरी दिसतंय.

दाऊद : डाराडूर सोयेला!

सखाराम : उठवू या साल्याला.

दाऊद : जल्दी! अब टायम बिलकूल जाया मत करना। घरसे निकले तभी उसकी हालत काफी नाजूक थी।

सखाराम : ताबडतोब.

[दोघे कोपऱ्यातल्या बाकड्यापाशी जातात. बाकड्यावर अंगाभोवती कांबळे गुंडाळून मुटकुळे करून झोपलेला वॉर्डबॉय.)

दाऊद : ए भाय - उठो।

सखाराम : उठ रे मादरच्योद!

दाऊद : हां सखाराम, या टायमाला गाली नाय - गाली से काम बिगड जाएगा।

सखाराम : कसलं सालं काम! माझा शेवटचा ग्लास संपेपर्यंत साली खडखडीत होती ती.

दाऊद : मालूम है मुझे। उससे थोडा पहले तो चिलम भरली आपण। हमेशा जैसी हंसी-मजाक की मैंने उसके साथ। काफी बात की, बाद में निकल पडा तुम्हारे घरसे।

सखाराम : दारू संपवली. थोडा वेळ मृदंग बडवला आणि खाटेवर जाऊन पडलो. झोप लागेपर्यंत स्वयंपाकघरात खुडबुड कानावर येत होती तिची. मध्यरात्री उशिरा हलवून-हलवून उठवलन सालीनं मला. कळवळत होती. म्हणाली मरतेय मी, उठा. मी चांगला जागा होइतो शुद्ध गेली होती तिची.

दाऊद : गजब का मामला सारा! खुदा की मर्जी बोलके भूल जानेका।

चलो, पहले या रावनाच्या भावाला त्याच्या पायावर खडा करू या.
[दोघे झोपलेल्या वॉर्डबॉयच्या अंगावरचे कांबळे खेचतात. त्याला उचलून त्याच्या पायावर उभे करतात. वॉर्डबॉय हॉस्पिटलच्या युनिफॉर्ममध्ये]

वॉर्डबॉय : काय आहे? काय करताय तुम्ही...? (झोपाळलेला, थंडीने काकडतोय.)

दाऊद : इस औरत को लेके आए हैं हम। बहुत बिमार है वो।

सखाराम : मेलीसुद्धा असेल आतापर्यंत.

वॉर्डबॉय : (दचकून) मेली?

सखाराम : हातगाडीवरनं ढकलत आणली तिला.

वॉर्डबॉय : काय?

दाऊद : इतनी रात और क्या मिलनेवाला था?

सखाराम : तापानं फणफणलीय. बेशुद्ध आहे. वाटेत तोंडातून फेस येताना पाहिला तिच्या.

वॉर्डबॉय : पांडुरंगा! डोकं ताळ्यावर आहे ना तुमचं?

सखाराम : राहील अशी काळजी घेऊन आलोय. (प्यायल्याची खूण करतो.)

दाऊद : बस थोडी ली है। वरना इतक्या कडक थंडीत आदमी करेल काय?

सखाराम : तिथं आहे पेशंट. बघून खात्री करून घ्या.
[वॉर्डबॉय पाहतो. स्ट्रेचरवर स्त्री. तो चमकतो. झोप उडते.]

वॉर्डबॉय : इथंच थांबा तुम्ही. पसार होऊ नका सांगून ठेवतोय. मी जाऊन वॉर्डातून सिस्टरना घेऊन येतो.
(पुटपुटत जातो. जाताना वळून स्ट्रेचरवरच्या स्त्रीकडे पाहत जातो.)

सखाराम : (दाऊदला) त्याला वाटतंय आपण बाईला पोटुशी करून वाऱ्यावर सोडणारे आहोत. परीटघडीच्या कपड्यातले शेपूटघाले!

दाऊद : तुम वैसा नही सखाराम। तुम सच्चा आदमी है। मी कसम खाऊन बोलतो. नशेमें ना होता तो भी खाता। अपने कियेका जिम्मा तुमने कभी नही टाला।

सखाराम : तो जिम्मा एकवेळ इथं टाळता येईल दाऊद, वर त्याच्याकडं नाही. इथं झाट हलवलं तरी त्याच्यापासून लपून राहात नाही. तिथं पोचलात की बारीकसारीक हिशेबही चुकवावे लागतात सगळे.

दाऊद : खुदा करे ऐसा ही हो सखाराम। इधर साले सलामत सुटतात ते जादातर चोरच. जो पकडे जाते है वो पगले कभीकभी चोर ना होकर भी फंसते है।

[वॉर्डबॉय एका झोपाळलेल्या नर्ससोबत प्रवेश करतो.]

वॉर्डबॉय : (स्ट्रेचरकडे निर्देश करून) तिथं आहे. या दोघांनी आणली तिला.

नर्स : (दोघांकडे पाहात) तुमच्यापैकी हिचा नवरा कोण?

सखाराम : कुणीच नाही.

नर्स : म्हणजे? आलात कसे हिला घेऊन?
(सखारामला) भाऊ आहात तिचे? की काका-मामा? (दाऊदला) की भाचे?

दाऊद : कौन मैं? हम तो — (सखारामला) क्या बोलनेका सखाराम? (नर्सला) वो पंछी— मतलब त्या बाई इनके साथ राहत होत्या.

नर्स : (स्ट्रेचरवरच्या बाईची नाडी पाहात) राहात होत्या? म्हणजे यांनी ठेवली होती हिला?

सखाराम : नाही तसल्या भानगडी करत नाही आपण. आपलं काम चोख असतं. लपवाछपवी नाही. आपण बाईला घरी आणतो. दोन वेळचं खायला, अंगावरचा कपडा आणि डोक्यावर छप्पर देतो.

नर्स : म्हणजेच तिला ठेवता.

सखाराम : नाही. तो एक करार असतो. आपण देतो त्याची बाईला किंवा बाई देते त्याची आपल्याला गरज असेपर्यंत बाई राहाते आपल्याकडे, तिच्या मर्जीने.

दाऊद : जिन् पंछीयों का कोई घर नही होता — जिनकू घरवालोने नकारा होता — उनकूही रखते ये।

सखाराम : ती आपली रखेल नाही. तसल्या सवयी लग्न झालेल्या सभ्य शहरी पुरुषांना असतात. इच्छा होईल तेव्हा चोरून भोगायला

ते बाई ठेवतात. लपवून. स्वत:च्या घरात नाही. आपण कुणाला भीत नाही. देवालासुद्धा. आपल्याबरोबर राहाणारी बाई उघड-उघड राहाते आपल्या घरात.

नर्स : (अजूनही स्ट्रेचरवरच्या स्त्रीला तपासतेय) ही गरोदर आहे?

दाऊद : नहीं! आजतक चारजणी राहिल्या यांच्याकडे. लेकिन एक भी पेटसी नही राहिली.

नर्स : म्हणजे? ही पाचवी आहे?

दाऊद : बरोबर बात. महिनाही हुआ इसकू आ के। करेक्ट बोले तो इकतालीस दिन — क्यूं सखाराम? मी तुझ्या घरातच होतो त्या दिवशी.

सखाराम : (नर्सला) बरी आहे का ती?

नर्स : अजून जिवंत आहे इतकंच. उशीर केलाय तुम्ही तिला आणायला.

दाऊद : हातगाडीपर डाल के ले आए है उसे।

नर्स : काय?

सखाराम : दुसरं काय मिळणार अशा वेळी?

नर्स : जेमतेम शुद्धीवर आहे. इन्फेक्शन झालंय तिला. कफानं छाती भरलीय. तापानं फणफणलीय. अजून काय-काय आहे देव जाणे! इतक्या थंडीत हातगाडीवरून आणतात? (वॉर्डबॉयला) कुणाला तरी मदतीला बोलाव आणि वॉर्डात घेऊन चल तिला. डॉक्टर कोल्हापुरेंना फोन कर आणि बोलावून घे. तोवर मी सलाईन लावते. (सखाराम आणि दाऊदला) तुम्ही इथेच थांबा. जाऊ नका कुठे. (जाते.)

[दोन वॉर्डबॉईज स्ट्रेचरवरच्या स्त्रीला घेऊन जातात. सखाराम आणि दाऊद पाहत उभे.]

दाऊद : भैया क्या होगा? जिएगी वो?

सखाराम : सुना ना उस नर्स को? खात्री नाही.

दाऊद : मगर वो तो जीना चाहती होगी।

सखाराम : कौन नही चाहता?

दाऊद : अच्छा नही लगेगा उसकू कुछ हो गया तो। काय साली जिंदगी बाईची! उम्रसे तीस साल बडे आदमीकू बेचा माँ-बापने।

जिसकी पहली बीबी – इसकी माँ के उमरकी । शादीनंतर छे महने में आदमी मर गया ॲक्सिडेंट में और सौतन ने निकाल दिया इसकू घरसे। एक कपडा बदन पर छोडा बस! रस्त्यावर आली बेचारी. माँ-बापने फिर भी आसरा नहीं दिया — उलटा भीक मागायला मजबूर केलं. बसस्टँड पे मिली तुमकू । ना खाना ना नहाना— अल्ला जाने कितने दिनोंसे..

सखाराम : वास मारत होती. पोटाची खळगी भरायला वाटेल ते करायला तयार. कुणासाठीही.

दाऊद : तुम उसकू घर लेके आए। डोक्यावर छत दिलं, दोन टायमाचा खाना दिला। मतलब कुछ जीना तो दिया सखाराम। दूसरे दिनमें कैसा बदल गया पंछी। ओहोहो... सुकून आ गया जैसे... सब याद है, सब... अन् आता एक महना नही हुवा तर–

(काही क्षण दोघेही शांत)

दाऊद : कब बतायेगी वो नर्स हमकू?

सखाराम : काय?

दाऊद : उसकी हालत के बारेमें...

सखाराम : वेळ लागेल. आधी तो वॉर्डबॉय डॉक्टरला शोधणार, त्याला खाटेतून बाहेर काढणार, मग तो भानच्योद डॉक्टर सवडीनं येणार, सवडीनंच तिला तपासणार...

बराच वेळ लागेल, पहाट उजाडेल काही नक्की कळेपर्यंत.

दाऊद : (मोठी जांभई देत) नींद यायला लागली यार।

सखाराम : तू जा. झोप काढून सकाळी ये.

दाऊद : मतलब? तुम यही रहोगे — सुबे तक?

सखाराम : आपल्याला थांबलं पाहिजे. उद्या दिवसभर झोपू शकेन मी. तुला दुकानात जायचंय सकाळी. आपण कामाला येतो की नाही याची कुणाला फिकीर नसते प्रेसमध्ये. त्यांना सवय आहे. तू जा आणि झोप. निघ.

दाऊद : दिल नही करता जानेकू।

सखाराम : काय करणारेस इथं? बातमीसाठी थांबणार? ती कळेलच उद्या तुला.

दाऊद : जाऊँ सच में?

सखाराम : हां!

[दाऊद अनिच्छेनेच जातो. सखाराम मागे थांबतो.]

[वेळ पुढे सरकतो. बसल्या-बसल्या सखाराम पेंगायला लागतो. प्रकाशात बदल. सखारामचे स्वप्न. वॉर्डातून पाचवी स्त्री प्रवेशते. तरुण. चेहऱ्यावर तारुण्यासोबत भोगलेल्या हालअपेष्टांच्याही खुणा. पण आजारपणाच्या खुणा नाहीत.]

सखाराम : बरी वाटतेयेस तू.

स्त्री : त्यांची इच्छा होती मी जगावं अशी.

सखाराम : कुणाची?

स्त्री : त्यांची. नाव नाही घेता येणार मला.

सखाराम : का?

स्त्री : कळत कसं नाही तुम्हाला? 'त्यांची' इच्छा.

सखाराम : ओह! तुझ्या मेलेल्या नवऱ्याची! त्या हरामखोराची!

स्त्री : नाव कसं घेईल एक स्त्री आपल्या पतीचं? पण जिथं आहेत तिथून काळजी घेतायेत माझी — आजही.

सखाराम : चितेवर ठेवून जाळलं तुझ्या नवऱ्याला. काही उरलं नाही त्याचं.

स्त्री : ते शरीर. आत्मा येतो का कुठे जाळता? तो आहे. तोच ठरवतो माझं. त्याचीच इच्छा मी जगावं अशी.

सखाराम : बकवास! तू जगलीस ते तू मेली नाहीस म्हणून. त्या भडव्याची इच्छा चालती तर मेल्यावरही गेला असता दोन्ही बायकांना बरोबर घेऊन. तुला आणि पहिलीला. जाईल तिथे राबवायला. सेवा करून घ्यायला. तसं घडलं नाही म्हणून तू जगलीस. आणि काय गं! मी काहीच केलं नाही तुझ्यासाठी?

स्त्री : इतकी कृतघ्न नाही मी असं म्हणायला. तुमचे उपकारच आहेत माझ्यावर. माझ्यासाठी खूप केलंत. अगदी हॉस्पिटलमध्ये आणण्यापर्यंत. पण हे सगळं त्यांची इच्छा होती म्हणूनच घडलं.

सखाराम : हे बघ बाई, आपण कधी कुणाच्या मर्जीनुसार जगलो नाही. कधी

कुणाला अमुक करू का म्हणून विचारलं नाही. आपल्या बायकांशी कसं वागू – हे तर नक्कीच नाही. पण तुला जर तसंच वाटतंय म्हणजे त्याच्या इच्छेनुसार तुझं आयुष्य चाललंय असं, तर तुला घराबाहेर काढण्यामागेही त्याचीच इच्छा असणार.

स्त्री : नाही. ती माझ्या सवतीची इच्छा होती. त्यांची नाही.

सखाराम : हे तुला कसं कळलं?

स्त्री : दुसऱ्या कुणाला कळणार? त्यांचं मन फक्त मलाच कळतं. मी त्यांच्या घरातच राहावं अशी त्यांची इच्छा होती. तसं बायकोला सांगण्याचा प्रयत्नही केला त्यांनी. पण त्या पापिणीला त्या पुण्यात्म्याचे बोल ऐकूच आले नाहीत. तिच्या पापाची फळं ती भोगेलच. माझे पती घालतीलच ती तिच्या पदरात! पापीण!

सखाराम : मूर्ख आहेस तू? तुझ्या दुर्दशेला जबाबदार तुझा नालायक नवराच होता. त्याला त्याच्या सगळ्या कुटुंबाची काळजी होती – तुझी सोडून! दीडदमडीचा कुत्रा!

स्त्री : (कान झाकून घेत) मला नाही ऐकायचं त्यांच्याबद्दल असलं काही. मी आहे तोवर ते माझ्या पाठीशी आहेत आणि राहातील.

सखाराम : एवढी भक्ती होती नवऱ्यावर तर मला भोगू का दिलंस इतक्यांदा? प्रतिकार का नाही केलास? तुझ्या त्या बेशरम नवऱ्यानंही नाही अडवलं आपल्याला एकदाही.

स्त्री : हे करावंच लागणार असं जेव्हा लक्षात आलं माझ्या, तेव्हा तुमच्या जागी तेच आहेत असं मानलं मी प्रत्येक वेळी. त्यांच्या स्वाधीन झाले मी. तुमच्या नाही. आणि त्यांना समजलं ते.

सखाराम : (भडकतो) कमरेत घालीन! तो नव्हता तिथं. मेला होता तो. आणि तू कोडगे, सुरुवातीच्या प्रतिकारानंतर रांडेसारखी रमलीस तू भोगामध्ये. नाइलाज म्हणून नाही.

स्त्री : (कानावर हात ठेवून) मी ऐकणार नाही असलं अभद्र काही.
[नर्स येते. स्त्री जाते.]

नर्स : (सखारामला) कुणाशी बोलताय तुम्ही? अजून उतरली नाही

वाटतं? उठा आत वॉर्डात चला. पेशंटला शुद्ध आलीय. तुमचं नाव घेतेय. या माझ्यामागे.

[सखाराम नुकत्याच पडलेल्या स्वप्नाने सुन्न झाल्यासारखा नर्सच्या मागे जातो.]

[नंतरचा दिवस. टळटळीत दुपार. गावाबाहेरचे सखारामचे घर. उतरत्या कौलारू छपराचे. मातीने सारवलेल्या भिंतींचे. जुनाट. सखाराम घरात एकटाच. मृदंग वाजवतोय. मृदंगाचे सूर त्याची मनस्थिती दर्शविणारे. दाऊद येतो. न बोलता शेजारी बसतो. मधून-मधून दाद देतो. सखाराम वाजवणे थांबवतो.]

सखाराम : (दाऊदला) झोप झाली का थोडीफार?

दाऊद : जल्दी जागा झालो. ध्यान में आलं अजून अंधार है, तो फिर झोपी गेलो. बाद में जाके दुकान खोला। एक पोट्टे को दुकान पे बिठाया और सीधा अस्पताल गया। उधर मालूम पडा तुम निकल गये।

सखाराम : तिथं सांगितलं असेलच तुला. मेली ती.

दाऊद : हां.

सखाराम : नंतर करण्यासारखं काहीच नव्हतं तिथं. आलो घरी निघून.

[दोघे न बोलता बसून राहतात.]

सखाराम : कुणीतरी नात्याचं हवं म्हणाले, आपण कोण नाही लागत असं आधीच सांगितलं होतं. (विराम) हॉस्पिटलमध्ये आल्यापासून चोवीस तासांच्या आत गेली म्हणून पोस्टमॉर्टेमसाठी पाठवली बॉडी.

दाऊद : मतलब फणस चिरतात वैसा बदन चिरणार। अंदरका सब बाहर निकालणार और वापस अंदर डालकर फिर सिला डालेंगे चावल की थैली माफिक! फिर देणार बॉडी आपल्याकडे.

सखाराम : नाही आपल्याकडे नाही देणार. इतर बेवारस मुडद्यांची लागते तशी तिची विल्हेवाट लागणार.

दाऊद : मगर ती बेवारस नाही सखाराम! आपुन लगते है उसके कुछ।

सखाराम : आपण त्यांना सांगितलं. आपल्याला बॉडी नको म्हणून.

दाऊद : सखाराम!

सखाराम : काय फरक पडणारेय सालीला मेल्यानंतर? मुडद्यांच्या गर्दीत आणखी एक मुडदा. बिन आत्म्याचं शरीर. एक पोतं हाडांचं आणि सडणाऱ्या मासाचं.

दाऊद : चिल्लाने को जी कर रहा है जोरसे... असं का केलंस सखाराम?

सखाराम : का नाही? ती असताना शक्य होतं तेवढं सगळं केलं आपण तिच्यासाठी. नाही केलं? घाम गाळून कमावलेल्या पगारातला शेवटचा रुपया सुद्धा संपला. काल रात्री हॉस्पिटलमध्ये. सगळं करा म्हणून सांगितलं त्यांना. संध्याकाळच्या दारूसाठी सुद्धा पैसा शिल्लक नाही आज माझ्याजवळ. राजीखुशीनं केलं सगळं. भडवीनं दिलेल्या सेवेचा मोबदला म्हणून. खरं तर दोघांतलं कुणी एक मेलं तर दुसऱ्यानं काय करावं हे काहीच ठरलं नव्हतं आमच्या करारात.
माझ्याकडं राहात असताना मेलेली ही पहिली बाई. मेली तसा करारही संपला आपोआप. आता तिचं काहीही देणं लागत नाही आपण.

दाऊद : कैसा सोचते हो सखाराम। कैसी नजर से देखते हो अपनी औरत को? ती बाई खाली एक करार नव्हती. हाडामासाची बाई थी वो। वो और तेरे बाकी पंछी भी। ही बाई तो लगता है अभी भी मौजूद है इस घरमें। तुम्हारी सेवा कर रही है ऐसा लगता। तुम्हारी, इस घरकी, यहाँ आनेवाली बिल्ली तक की!

सखाराम : यातून बाहेर पडशील दाऊद. थोडा वेळ लागेल इतकंच. ती जे करायची ते पुढची बाईही करेल. तिला पाहशील आणि भडका शांत होईल आपसूक. एक बाई ही, कुठल्याही दुसऱ्या बाईसारखीच असते, दाऊद.

दाऊद : सच्ची औरत मालूम पडली इथंच. वरना बचपन से आजतक इतक्या बायका बघितल्या लेकीन नही जाना कभी औरत के बारे में। बाजार में पैसा फेंककर मिली रांडों से भी नही जाना। मुझे बताओ सखाराम, आखरी पलों में क्या बोली वो? बताओ मुझे.

सखाराम : आपला हात घट्ट धरला सालीनं हातात आणि स्वत:च्या

नालायक नवऱ्याबद्दल बोलली. म्हणाली आता भेट होईल 'त्यांची' लवकरच. प्रथम माफी मागणार त्याची. आपल्याबरोबर झोपल्याबद्दल. त्याच्या मालकीचं तिचं शरीर आपण भोगलं, याचा खूप त्रास झाला म्हणे त्या भडव्याला. तरी तिनं माफ केलं आपल्याला आणि त्यालाही विनंती करणारेय — मला क्षमा करण्याची. इतकं केलंय ना आपण तिच्यासाठी, म्हणून; पुढच्या जन्मातही माझे उपकार फिटायचे नाहीत असं म्हणाली. मग भ्रमिष्ट झाली. आणि भ्रमात नवऱ्याशी बोलत राहिली. जणू तो शेजारीच बसला होता, तिच्या खाटेच्या. हात मात्र माझा धरून ठेवला होता शेवटच्या श्वासापर्यंत. घट्ट.

दाऊद : अजीब मामला असतात या बायका? कैसी सोच चलती है इनकी. (दीर्घ उसासा) उसके आँखरी संस्कार का क्या सखाराम?

सखाराम : कसले आखरी संस्कार?

दाऊद : करने तो पडेंगे.

सखाराम : नाही. बेवारस म्हणून नोंद करा म्हणालो हॉस्पिटलमध्ये. सांगितलं आपलं तिचं काहीही नातं नाही. आपल्याला बॉडी नको.

दाऊद : याने की उसकी आत्मा कू मुक्ती नही मिलेगी। भूत बनेगी वो! फिर झपाटणार ती तुला. या घराला पण.

सखाराम : दाऊद ती मेली — मेली! कायमची. आपल्या मनात पुढच्या बाईचा विचारही सुरू झाला.

दाऊद : वो तो तू हमेशाही करेगा। लेकिन याद रख इस पंछी से पहले इस घरमें कोई औरत ने सांस नहीं तोडी थी। ही तर पूरा एक महना भी नाही राहिली इधर.

सखाराम : सालीचं नावही नाही कळलं. वेळच नाही मिळाला विचारायला. मला 'अहो' म्हणायची. मी तिला 'ए'! शेवटपर्यंत ए च राहिली साली... छोड यार! विसर तिला. घरात शिल्लक आहे थोडी. घेणार माझ्याबरोबर? की चिलीम भरूया? लवकर होईल चिलमीला बैठक. पण हरकत नाही. हलकं वाटेल तुला. गेलं ते गेलं. आपण वर्तमानात राहायला शिकलं पाहिजे दाऊद. तेच खरं.

दाऊद : (काही क्षण शांत. मग) सखाराम मी जुळवणी करू उसके संस्कार के लिए।

सखाराम : तू? वेडा आहेस का दाऊद?

दाऊद : मैं बम्मन कू पैसा दूंगा और संस्कार करने की अर्जी करूंगा हम दोनों की तरफसे।

सखाराम : असल्या भंकसपणावर वाया घालवायला पैसे आहेत तुझ्याकडे? माझ्याकडे दे ते. मला गरज आहे पैशाची. आणि कुठला भट ऐकणारेय तुझी अर्जी?

दाऊद : क्यों नही?

सखाराम : मुसलमान आहेस तू.

दाऊद : तो क्या हुआ? मी खुद तर नाही करणार? लेकिन क्या एक हिंदू बाई के संस्कार एक बम्मन से पैसे दे के करवाने का हक नही मुझकू? सिर्फ एक मुसलमान आहे म्हणून? इसलिए?

सखाराम : कोण करणार सगळे विधी? ब्राह्मण एकटा नाही करू शकत. मेलेल्याच्या नात्यातलं लागतं कुणीतरी.

दाऊद : तुम करो फिर।

सखाराम : मी? मजाक करतोयस का तू? आपली कुणी नव्हती ती बोललो ना मी? तुझी तरी कोण होती?

दाऊद : कोई नही, और मी तरी कौन लागत होतो तिचा?
तेरे घर आनेजानेवाला तेरा दोस्त। लेकिन तेरी लाई हर औरत कुछ लगती है मेरी। भाभी बोलतो मी त्यांनला. ही बी भाभीच होती मेरी।

सखाराम : (दारू देत) हां. पी. भणभणलेलं डोकं शांत होईल.

दाऊद : उसके संस्कार होंगे सखाराम। तुम नही करोगे तो मैं करवाऊंगा। लेकिन नही। तूच करणार. उतना हक है मेरा तुमपर। आजतक कधी वापरला नाही, आज वापरणार.

सखाराम : (पीत) फार हेकटपणा करतोस कधी कधी.
[दोघे शांतपणे पीत राहतात.]

सखाराम : आपण मेल्यावर कुणी आपले विधी करायचं ठरवलं तर महासमंध होऊन आयुष्यभर मानगुटीवर बसेन भडव्याच्या.

दाऊद : वो तो तुम अब भी हो. महासमंध! –ऐसाच बोलते है लोग—

सखाराम : बराबर बोलते है (त्याच श्वासात) दाऊद मी करेन तिचे विधी.

दाऊद : (आश्चर्याने) क्या? सच?

सखाराम : रीतसर. शेवटच्या दिवसापर्यंत सर्व विधी करेन सालीचे, ठीक? असेल बापड्या आत्म्याच्या नशिबात तर मिळू दे त्याला मुक्ती. अशीही तिला घाईच झाली होती जायची. पण याद राख. हे सगळं आपण हॉस्पिटलमध्ये पडलेल्या मुडद्यासाठी करत नाहीये. तुझ्यासाठी करतोय.

दाऊद : (आतून हलतो) शुक्रिया सखाराम.

सखाराम : आता पी.

[स्त्री मेल्यानंतर तेरावा दिवस. हिंदूंची स्मशानभूमी. अंत्यविधीच्या प्रतीक्षेत दोन मृत शरीरे. आसपास घोळक्याने उभी माणसं. कुठे रॉकेलच्या वाढलेल्या किमतीवर चर्चा, तर कुठे शहरातल्या उच्चवर्गीयांच्या घटकंचुकीसारख्या नव्या शौकाबद्दल कुजबूज. थोड्या अंतरावर सखारामाच्या स्त्रीचे विधी व्यावसायिक सफाईने चालू आहेत. विधीसाठी बोलाविलेला ब्राह्मण बसून मंत्र म्हणतोय. आणि त्याच्या सूचनांप्रमाणे सखाराम विधी करतोय. ब्राह्मण व सखारामला लागतील त्या वस्तू स्पर्श न होईल अशा अंतरावरून दाऊद पुरवतोय.]

ब्राह्मण : स्त्रीचे गोत्र?

सखाराम : माहीत नाही.

ब्राह्मण : कुलदैवत?

सखाराम : माहीत नाही.

ब्राह्मण : मृतात्म्यास स्वर्ग प्राप्त होण्यासाठी मृताचे गोत्र आणि कुलदैवताचे नाव समजणे आवश्यक आहे.

सखाराम : दोन्हीची माहिती नाही.

ब्राह्मण : मग पुढे विधी होणे शक्य होणार नाही.

सखाराम : ती बाई आपली कुणी लागत नव्हती. आपल्याला काय कारण तिचे गोत्र आणि कुलदैवत माहीत असण्याचे? आणि सर्व विधी एका ब्राह्मणाकडून रीतसर केल्यावर अडचण का यावी स्वर्गात जाण्यामध्ये? तुला भरपूर दक्षिणा त्यासाठीच दिलीय ना? एवढे पैसे घेऊन स्वर्गाची हमी देता येत नसेल तर या मिनटाला निघ येथून. कसला भट तू! एक पै देणार नाही तुला.

दाऊद : सबूर सखाराम सबूर! गुरुजी कुछ रास्ता निकालो। (ब्राह्मण विचारात.)

दाऊद : आप ऐसा क्यूं नहीं करते? आपको जो ठीक लगेगा वो गोत्र और कुलदैवत चुनके शुरू हो जाओ।

[ब्राह्मण विचारात. अखेर तसे करायला राजी होतो. विधी पार पाडतात. त्यानंतर ब्राह्मण सखारामाला घेऊन घाटावर थोडा दूर जातो. मागे दाऊद एका पानावर पिंड घेऊन जातो. सखाराम व ब्राह्मण पिंड कावळ्यांसाठी ठेवतात. दाऊद दूर उभा. कावळे प्रवेशतात. पिंडाभोवती नाचतात. पण शिवत नाहीत. ब्राह्मण त्यांना बोलावतो पण ते दूर जातात.]

ब्राह्मण : मृतात्मा अतृप्त आहे म्हणून कावळे पिंडाला शिवले नाहीत.

सखाराम : गेली भोसड्यात. इतकं केल्यावर आणखी काय हवंय सालीला माझ्याकडून? आणखी काय?

ब्राह्मण : आपण मृतात्म्याला विचारा.

सखाराम : म्हटलं ना गेली भोसड्यात.

दाऊद : (त्याला शांत करून) पुछके तो देखेंगे सखाराम। क्यूँ नही? इतना सब किया अब थोडेके लिए पीछे मत हटो. कोई सच्ची प्रॉब्लेम रहेगी वरना खालीपिली परेशान करनारी नव्हती ती बाई. लालची तर बिल्कूल नव्हती. पूछ के तो देखो प्रॉब्लेम क्या है उसका।

सखाराम : इतकं सगळं केलं कुत्रीसाठी.

दाऊद : थोडा और सही सखाराम. बस थोडा ही. आत्मा भटकत ऱ्हानार ये खयाल बर्दाश्त नाही होता यार। जाऊ दे तिला स्वर्गात. पूछो, बस् एक बार पूछो।

सखाराम : (कावळ्यांना) आता आणखी काय हवंय? काय? मी तिचा नवरा नाही हे लक्षात ठेवा.

ब्राह्मण : मृताशी बोला. कावळ्यांशी नको. मृतास मनात आणा. डोळे बंद करा.

सखाराम : (डोळे बंद करून– तिच्याशी बोलल्याप्रमाणे)

काही देणं लागत नाही आपण तुझं. जे दिलं त्यातून सगळं फिटलं. ऐकतीयस का? मोठमोठी पोकळ वचनं देण्याची सवय नाही आपल्याला. जी देतो ती पाळतो. माझ्याबरोबर

होतीस तेव्हा करणं भाग होतं त्यापेक्षा जास्त केलंय मी तुझं. हा दाऊद साक्षीदार होता सगळ्याला. एकाएकी आजारी पडायचं ठरवलंस तरी मागं नाही हटलो. अगदी शेवटच्या श्वासापर्यंत खाटेपाशी बसून राहिलो. मेल्यावरही वाऱ्यावर नाही सोडलं. तुझं शरीर हॉस्पिटलमधून स्मशान घाटावर घेऊन आलो जाळायला. तुझ्या चितेभोवती सात फेऱ्या मारल्या आणि कवटी फुटेपर्यंत थांबून राहिलो. दुसऱ्या दिवशी अस्थी आणि राख गोळा करून इंद्रायणीत बुडवण्यासाठी वेळ खर्च केला. मग विधी केले. प्रत्येक विधी करायला या भटानं मागितले तेवढे पैसे त्याला दिले. ते सगळं अर्थात तुझ्यासाठी नव्हतं. तू तर मेलेली होतीस. ते सर्व या दाऊदसाठी केलं. ते व्हावं अशी त्याची इच्छा होती म्हणून. पण हे तुझ्यासाठी केलं नसलं तरी झालं तुझ्यासाठीच. आपल्या करारात नसताना झालं हे लक्षात ठेव. दोन पातळं, दोन वेळा खायला आणि डोईवर छत द्यायला बांधील होतो. तेही आपल्याबरोबर असेपर्यंत बस. तेवढं दिलं तुला. आता हे जरा जास्तीच...

ब्राह्मण : आवरा श्रीमान. मला अजून एक अपॉईंटमेंट आहे. मृताचे आप्त ताटकळलेले आहेत.

दाऊद : सखाराम! वो सब कहने की जरुरत नही है। जिधर है उधर से सब दिखताही होगा उसकू। खाली तिची आखरी इच्छा विचार।

सखाराम : (डोळे उघडून दाऊदकडे पाहात) तेच करतोय मी. दिसत नाही का तुला? (डोळे मिटतो. मृतात्म्यास–) चल आवर; जळू साली. बोल शेवटची इच्छा काय आहे? आणि हे बघ पुरवायला सोपी इच्छा सांग.

[थांबतात.]

सखाराम : सालीचा काहीच प्रतिसाद नाही. चला, तिची इच्छाच नसणार कुठली.

ब्राह्मण : मृतात्मे कावळ्यांच्यामार्फत व्यक्त करतात स्वत:ला. पिंडाला न शिवून.

सखाराम : च्याआयला या मृता– (सांभाळतो) ठीक आहे. ठीक आहे.

(मृतात्म्याला — डोळे मिटून) चल आवर. सांग कावळ्यांना– शिवा म्हणून आणि आटपून टाक. आम्हांला दोघांना कामावर जायचंय. तसाही उशीरच झालाय. त्याला दुकान बंद ठेवावं लागलं इथे येण्यासाठी. आणि माझाही बराच वेळ गेलाय या भंकसमध्ये. प्रेसमध्ये पोचायला पाहिजे होतं मला केव्हाच.

[कावळे पिंडाभोवती फिरतात पण शिवत नाहीत.]

सखाराम : (चिडल्यासारखा) तू करणारेयेस मी म्हणतो तसं की... बघितलंस दाऊद? बघितलंस किती हेकट आणि कृतघ्न झालीय भिकारडी — मेल्यानंतरही! तिला माहितीये आपले हात पोचू शकत नाहीत आता तिच्यापर्यंत — काय ही गुर्मी?

दाऊद : वो है कहाँ अब सखाराम! सिर्फ आत्मा है उसकी। आत्मा! और उस आत्मा कू कुछ चाहिए वरना समद्या पिंडाला शिवतायत कौए, खाली याच का नाही? क्यूँ? कौओं को तो कोई भी खाना हमेशा प्यारा ही होता है। मैंने सुना है सखाराम जो इन्सान वखतसे पहले मरते है वो अधुरी इच्छा लेकर मरते है।

ब्राह्मण : खरं आहे.

सखाराम : पण आपण सर्व यथासांग केलंय सालीचं. कष्टानं कमावलेला पैसा घालवला तिच्या विधीत. आता का म्हणून अपुऱ्या इच्छाही पूर्ण करायच्या? काय हक्क होता तिचा माझ्यावर? कोण होतो मी तिचा? आता कोण आहे? गरजेपेक्षा जास्त केलंय मी दाऊद — फक्त तुझ्यासाठी — मान्य कर तू.

दाऊद : देखो भैया कायतरी मामुली इच्छा असेल. जीते जी इतना किया तो अब मरने के बाद मुँह मत फेरो।

सखाराम : अजून असं वाटतंय तुला? ठीक आहे. भटा, तू सांग काय असेल तिची इच्छा? ती हरामखोर तर बोलत नाही. कावळेही गायब आहेत.

ब्राह्मण : एक करून पाहतात बरेच लोक. तसं करून पाहा. मृताच्या सर्व संभाव्य अपुऱ्या इच्छांची यादी मनात आणा. मग एक एक उच्चारत जा. उच्चारल्यावर ती इच्छा पूर्ण करण्याचे वचन देत

जा. कावळे पिंडाला शिवेपर्यंत हा क्रम चालू ठेवा.

सखाराम : म्हणजे एकामागे एक वचनं देत सुटायचं?

ब्राह्मण : कावळे पिंडाला शिवेपर्यंत. प्रथा तशीच आहे. सगळे करतात.

सखाराम : काय बाई आहे! सगळं मर्जीनुसार घडवून आणतेय स्वत:च्या. एवढं केलं तिच्यासाठी, त्याची ही परतफेड. दीडदमडीची रांड!

दाऊद : देखो! तुम अभी बोल रहे थे तो कौए आगे आए थोडे। बोलो और बोलो. कोई अधुरी इच्छा बोलो उसकी.

सखाराम : वाटतं सालीच्या झिंज्या धराव्यात आणि... हरामजादी! चूक झाली तिला घरी आणलं ही. चूक झाली तिला खायला दिलं, कपडे दिले, राहायला जागा दिली. दवाखान्यात न्यायलाच नको होती त्या रात्री. मरू द्यायची होती तशीच रांडीला! का लागलीयस माझ्यामागे अशी. का नाही तुझ्या नवऱ्याकडे जात त्याला छळायला? मीच का? दाऊद, कुणाशी चांगलं वागल्याचा पश्चात्ताप प्रथमच होतोय आज मला.

दाऊद : काही लोकांना वायट वागताच येत नाही सखाराम. तेरे मेरे जैसे लोगोंकू। देखो कौए फिर दूर चले गये. अब तो उन्होंने मुहँ ही फेर लिया पिंडसे। कुछ अच्छा बोलो सखाराम। उसको बोलो, हर साल इस दिन तिची याद करशील म्हणून.

सखाराम : इथून बाहेर पडल्याक्षणी विसरणारेय मी सालीला. लवकरात लवकर पुढची बाई शोधणारेय.

दाऊद : जानता हूँ मै। लेकिन मेरे लिए अभी ऐसा बोलो सखाराम.

सखाराम : नाही. पाळता येणार नाहीत अशी वचनं नाही देणार आपण. उद्या सकाळी नाही आठवणार ती मला. पुढच्या वर्षीची तर गोष्टच सोड. न शिवू दे कावळे पिंडाला. आपण खोटी वचनं देणार नाही.

दाऊद : लेकिन सखाराम कसम खाते वखत कभी झूठी नही होती। वो झूठी होती है टूटते वखत। उसके लिए देर है अभी। इस वक्त कुछ तो बोलो। काय तरी कसम खा.

ब्राह्मण : अंत्यविधीला भटजी म्हणून माझा काही अनुभव आहे. सांगू का?

सखाराम : जरूर.

ब्राह्मण : बहुतेक स्त्रियांना आयुष्यभर पुरुषांकडून राबवून घेण्याची इतकी सवय झालेली असते की, स्वत:ची काही सेवा करून घेणं म्हणजे काय हे त्या विसरून गेलेल्या असतात. त्यांचा पुरुष हे त्यांचं दैवत असतं. त्याच्या पायाशी देह ठेवण्यात धन्यता वाटते त्यांना. पण त्यांना अशीही काळजी वाटते की, आपल्या मृत्यूनंतर आपल्या पुरुषाचं कसं निभावेल. स्वत:चं सगळं तो कसं करेल?

दाऊद : एकदम एक्सप्रेस बात! ये कैसे ध्यान में नही आया हमारे। चलो भैय्या बोल दो कौओंको — याने उसकू — की तुम खुदकी अच्छी तरह से देखभाल करोगे। तिला चिंता करण्याची बिल्कूल जरूरत नाय.

सखाराम : (मृतात्म्यास) स्वत:ची काळजी कशी घ्यायची ते या सखारामाला चांगलं माहीत आहे. लवकरच तुझ्या जागी दुसरी बाई येईल.

दाऊद : (त्याला थांबवत) नही! वो मत कहना. वैसा बोलके तिला सुकून कसा मिळणार? अभी दूसरे पंछीका नाम मत निकालो। कोई औरत ऐसा पसंद नही करेगी। वो चाहे मरी हुई क्यूं न हो. हर औरत यही चाहेगी की वो उसकी मर्द की जिंदगी में अकेली औरत हो। कमसे कम आखरी तो। तू खाली इतकंच बोल की, तू स्वत:ला नीट जपशील.

सखाराम : (मृतात्म्यास) आपण स्वत:ची काळजी घ्यायला समर्थ आहोत.

दाऊद : देखा! कौए सुन रहे है। बोलो मी स्वत:कडे दुर्लक्ष नाही करणार.

सखाराम : नाही करणार.

दाऊद : उसे कहो वो तुमकू आशीर्वाद दे ताकी तुम्हारी ये कसम टूट ना जाए।

सखाराम : का? आशीर्वाद का मागू रांडीचे? माझी आई होती की काय ती? आपल्यापेक्षा लहान होती वयानं अन लायकीनं सुद्धा. आधीच्या बाईपेक्षा वेगळी नव्हती, आकाशातून पडलेली.

दाऊद : उड गये कौए फिरसे!

सखाराम : चल निघू या आपण. फार झालं. मला प्रेसला जायला हवं. तू दुकानाला निघ. (ब्राह्मणाला) भटा, तुझे किती द्यायचे?

ब्राह्मण : शंभर. पण विधी असा अर्ध्यावर सोडणं बरं नाही. त्यामुळे मृतात्मे नाराज होतात. त्यांच्या गैरमर्जीचे परिणाम भोगावे लागतात. कावळ्यांनी पिंड शिवायलाच हवा. कित्येकांना इथे वचन देऊन तासनतास तिष्ठावं लागतं. एका कुटुंबाने तर रात्रभर वस्ती केल्याचं उदाहरण आहे. सगळं करून बोलून पाहिलं त्यांनी — पण कावळे ढिम्म. आजूबाजूच्या पिंडांना शिवत राहिले पण यांचा पिंड वर्ज्य. शेवटी कशामुळे काम झालं ठाऊक आहे?

दाऊद : कैसे?

ब्राह्मण : त्यांनी वचन दिलं स्त्रीच्या आत्म्याला. तिने गुप्तपणे परसात पुरून ठेवलेले दागिने खणून काढू आणि सेफडिपॉझिट व्हॉल्टमध्ये ठेवू म्हणून. शिवलेन् कावळे लागलीच.

दाऊद : क्या मिला होगा उस बाई के आत्मा को ऐसा करके?

ब्राह्मण : लहरी असतात एकेक मृतात्म्यांच्या.

सखाराम : या सालीकडे दागिने नव्हते. मंगळसूत्र सोडून. विधवा असून गळ्यात घालायची. मला हात लावू नाही दिला कधी मंगळसूत्राला. पण माझ्याबरोबर झोपताना न विसरता काढून ठेवायची.

दाऊद : वो कहाँ है अब? मंगळसूत्र?

सखाराम : राख झाली जळून तिच्याबरोबरच. तिचं म्हणून जे जे सापडलं ते सगळं जाळून टाकलं आपण सालीसोबतच. नियम आहे आपला तसा. मला सोडून जाताना स्वत:चं सगळं घेऊन जायचं बाईनं. पण मरणानेच नेलेली ही पहिली बाई.

दाऊद हे कावळे काही मला सरळ वाटत नाहीत. हे बाईच्या बाजूचे नाहीयेत. (दाऊदला बाजूला घेऊन) लबाड आहेत ते. अडलेल्या नातेवाइकांना झुलवण्यात पटाईत. की या भटाने पाठवलंय त्यांना आपल्यासारख्यांकडं? जास्त पैसे उकळायला?

[अचानक मोठा गलका करून कावळे पिंडावर तुटून पडतात.

आणि काही क्षणात तो फस्त करून टाकतात.]

दाऊद : (आश्चर्य अन् आनंदाने) भैया पूरा का पूरा पिंड खा गए कौऐ!

सखाराम : पण मी तर कुठलंही नवं वचन दिलं नाही.

दाऊद : मैं तुमकू मेरा अंदाज बताता सखाराम। पंछी को ये महसूस हुआ की हम अच्छे लोग है। तिचा नवरा अन् तिच्या फॅमिलीपेक्षा काफी बेहतर. हमकू और तकलिफ हो ये उसको मंजूर नहीं था। इतना कुछ हमने करने के बाद हमसे और कुछ माँगना उसने ठीक नहीं समझा. काय बी झालं तरी ती एक भली बाई होती सखाराम!

सखाराम : कारण त्याहून सरळ आहे. कावळ्यांचं माणसांसारखंच. आपण येण्याआधीच साल्यांनी इतकं हादडलं होतं की पोटात आणखी अन्नाला जागाच शिल्लक नव्हती. आधीचं जिरलं, पुन्हा भूक लागली आणि भडव्यांनी मारला हात पिंडावर.

दाऊद : हम दोनोंका बराबर है. तुम्हारी औरत एक भली आत्मा थी ये भी बराबर और यहाँ के कौओं को खाना बहुत मिलता है ये भी.

(आनंदाने) चलो, अब तिच्या आत्म्याला मुक्ती मिळणार. अन् ती स्वर्गामंदी जाणार.

सखाराम : पीडा टळली. पुन्हा भेटायची नाही. कारण आपल्याला मेल्यानंतर कुठेही जागा मिळेल पण स्वर्गात नाही.

[एक तेरा-चौदा वर्षांचा मुलगा धावत येतो.]

मुलगा : सखाराम! सखाराम! तुमालाच बघत होतो मी. तिकडं रस्त्यावर एक बाई रडून राह्यलीय कवाची. एकलीच हाय. कुणी न्हायं तिच्यासंगट. लई गर्दी जमलीया भवती. या या!

[सखाराम जातो. मागून दाऊद अन् तो मुलगाही]

कावळे : (कोरस)

काव-काव, आम्ही कावळे स्मशान घाटावरचे.
काव-काव, आम्ही प्रवक्ते मयतांच्या अपुऱ्या इच्छांचे.
आम्ही खातो आम्ही शिटतो.
आम्ही फळतो आणि मारतोसुद्धा.

आम्ही चवताळतो हवं ते हासिल न झाल्यास.
आणि ओरबाडून घेतो हल्ल्याची वेळ आल्यास.
आम्ही लबाड, आम्ही धूर्त.
आम्ही संशयी, आम्ही हिंस्त्र.
काव-काव, आम्ही कावळे स्मशान घाटावरचे.
काव-काव, आम्ही प्रवक्ते मयतांच्या अपुऱ्या इच्छांचे

कावळा : (प्रेक्षकांना)

मी प्रतिभावंत कावळा. एखाद्या झाडाच्या फांदीवर किंवा कौलारू छपरावर मी असतो बसलेला. माझ्या प्रतिभेला पाणी घालीत. कल्पनाशक्तीला उबवीत. सामान्य कावळे जे पाहू शकत नाहीत ते दिसते माझ्या दृष्टीला.

या क्षणी मला दिसतो आहे त्या मृत स्त्रीचा आत्मा. सर्व ऐहिक पाशांतून मुक्त होऊन तिथे पोहोचलेला. जिथे सर्व आत्मे पोहोचतात अखेरीस.

काय म्हणायचंय ते म्हणा या ठिकाणाला. कुणी स्वर्ग म्हणतात. कुणी नरकही. कोण कुठल्या वाटेने येतो त्यावर ठरतं ते. जे मागे सोडून येतात गरिबी, त्यांना वाटतो हा स्वर्ग आणि जे सोडून येतात स्विस बँकेत लठ्ठ खाती त्यांना नरक. मुक्त अर्थव्यवस्था पोहोचली नाही ना इथं अजून तरी. आणि क्रेडीट कार्डस् नाहीत!

तर हा तो स्वर्ग किंवा काहींचा नरक. इथे आपली नायिका, सखारामची पाचवी स्त्री, जिवंतपणीची विधवा — मृत पावून पोहोचलेली आहे.

[स्त्री प्रवेशते. खूप उत्साहात आणि आनंदात.]

स्त्री : (एखाद्या शृंगारिक गीताच्या चालीवर नृत्याचे पदन्यास करीत) अहाहा! किती सुंदर जागा. आधीच्या सर्व मुक्कामांपेक्षा सरस. आणि हो शरीरा-बिरीराची झंझट नाही इथे. पुरुषांकडून मार खा — पाळीचे चार दिवस पार पाडा — वेळ आल्यास नऊ महिने कुणाला तरी पोटात वाढवा आणि शेवटी बाळंतपणाच्या जीवघेण्या कळा सोसा! मातृत्वाचा आनंद — असं पुरुषांनी गोंडस नाव दिलेल्या!

लिंगपिसाट पुरुषांच्या मर्जीनुसार भोगून घ्यायचं, त्यातून वेळ आल्यास गर्भार व्हायचं आणि शेवटी मरणप्राय वेदना सोशीत जीव जन्माला घालायचे — मातृत्वाचा आनंद! माझ्या दोन आया मेल्या बाळंतपणात. सख्खी आणि सावत्र... मरो त्या अभागी, बाळंतवेड्या बायका! मला काय त्याचं. माझी बाई सुटका झाली अखेर त्या बाईपणातून. उशिरा झाली, पण चांगल्या गोष्टी उशिराच सापडतात की हो आयुष्यात. वाईट लवकर सापडतात. आणि त्या वाईट आहेत हे कळेपर्यंत घात केलेलाही असतो त्यांनी आपला!

(मोकळेपणाने वावरत, मनात येईल ते, कुणाचीही पर्वा न करता करत राहाते.)

[एक पुरुष प्रवेशतो. काहीतरी हरवलेले शोधत असल्यासारखा. स्त्रीकडे पाठ करून रंगमंचावर येतो.]

स्त्री : अगबाई! पुरुष दिसतोय. कसल्यातरी चिंतेत असावा. काहीतरी गमावलेलं शोधत असल्यासारखा दिसतोय. बिचाऱ्याला विचारून तर पाहावे. (त्याला) काही मदत हवीय का आपल्याला?

[पुरुष तिच्याकडे पाहतो. आणखी निराश होऊन शोधत राहतो.)

स्त्री : काय शोधताय? काही हरवलंय का?

पुरुष : काही उपयोग नाही विचारून. तुम्ही नाही कामाच्या.

स्त्री : (त्याच्याबरोबर शोधत) मला सापडलं तर सांगते हं लगेच तुम्हाला.

पुरुष : काय सापडलं तर?

स्त्री : ते मला काय माहीत? तुम्हालाच माहीत असणार.

पुरुष : मग शोधणार काय तुम्ही?

स्त्री : जे तुम्ही शोधताय तेच.

पुरुष : मला हिणवू नका उगाच. जा चालत्या व्हा (पुन्हा शोधू लागतो.)

कावळा : (फांदीवर बसलेला. एकदा खाली पाहतो. मग प्रेक्षकांकडे) मी सांगतो तुम्हाला. तो एवढा उद्विग्न होऊन काय शोधतोय ते. त्याचं लिंग. इथं आल्यावरच सर्वच पुरुषांचं असं होतं. लिंगशोक!

स्वाभाविक आहे. जी वस्तू जन्मापासून आपल्याबरोबर होती, जिने अनेकविध कामात आपली साथ केली, ती अशी अचानक गायब झाल्यावर दुसरं काय होणार? त्यात त्या वस्तूचा अभिमान बाळगायला शिकल्यावर तर जास्तच!

पौरुषत्वाचं प्रतीक!

एक माहिती म्हणून सांगतो. आम्हा पुरुष-कावळ्यांनाही लिंग असतं. पण केवळ स्त्री-कावळ्यांना ते नसल्यामुळे त्याचा आम्ही अभिमान बाळगावा अशी शिकवण आम्हाला कुणी दिली नाही. समागमासाठी नैसर्गिक गरज एवढंच महत्त्व आम्ही लिंगाला देतो. तुम्हा माणसांचं तसं नाही. तुमच्यासाठी लिंग हे विशेष– एकमेवाद्वितीय! शक्तीचं, श्रेष्ठत्वाचं राजचिन्ह! ते जितकं लांब तितकी श्रेष्ठता अधिक आणि ते तुम्ही अधिक लांबवण्याच्या प्रयत्नात राहाता. तसं तुमचं स्वप्नंच असतं. ते लांबत जावं, अधिकाधिक लांब, इतकं लांब की आकाशाला भेदून त्याच्याही पल्याड!

राग मानू नका. पण खरं बोलायचं तर आमच्या लिंगापेक्षा क्वचितच लांब असतात तुमची लिंगं. फार तर फार तुमच्या अंगठ्याएवढी... असो. माफ करा कल्पनेत रमलो आणि मूळ गोष्टीपासून भरकटलो. (पुरुषाला) महाशय मी आपल्याला मदत करू का? आम्हा कावळ्यांना अशी कामं चांगली जमतात.

पुरुष : नको.

स्त्री : (प्रेक्षकांना) पाहिलंत. किती निरुपद्रवी झालाय तो.

एकतर माझ्यात काही रस वाटत नाहीये आता त्याला. मला ना उन्नत उरोज, ना पुष्ट नितंब, ना-एक मिनिट! मला समजलं. कळलं मला त्याचं काय हरवलंय ते. अरेरे किती क्लेश!

(पुरुषाला) मला समजलंय तुमचं काय हरवलंय ते. आणि ते हरवल्याच्या तुमच्या दु:खात मीही सहभागी आहे.

पुरुष : (त्रासलेला) काय हरवल्याच्या? काही हरवलं नाही माझं. ते तर मुळीच नाही. ते होतं तिथे आहे, व्यवस्थित.

स्त्री : (प्रेक्षकांना) करा ढोंगं! पुरुषी अहंकार. नसलेलं आहे असं भासवा खुशाल. पण पुरुषांना नाही जमायचं ते. ती आम्हा बायकांची खासीयत आहे.

पाहा पाहा – कसा बापुडवाणा झालाय लिंगाविना. हरवलं नसल्याचा दावा करून इकडे तिकडे शोधत फिरतोय तेच!... असंही एखादं जग असेल याची कल्पनाच नव्हती गं बाई केली कधी. लिंगमुक्त जग. त्या लिंगाचे इतके सगळे अत्याचार सहन केल्यानंतर; छे! आता बाई इथून नाही जायचं मला कुठेही.

[चित्रगुप्त– डायरेक्टर ऑफ द डिपार्टमेंट ऑफ हेवनली अफेअर्स– प्रवेशतो.]

चित्रगुप्त : दोनजण सापडत नाहीत या यादीतले. गेले कुठं?

हिशेब चुकणार नाही माझा कधी.

(पुरुष आणि स्त्रीला पाहतो) इथं आहेत! हे पाहा. हरवलेले दोघं. (दोघांना) रांग सोडून का रे गेलात तुम्ही? प्रत्येकाने स्वत:चा नंबर येईपर्यंत रांग सोडू नये अशी सूचना आम्ही सतत ध्वनिक्षेपकावरून देत असताना देखील भरकटलात. माझी नोकरी घालवली असती तुम्ही!

इतक्या वर्षांची निष्कलंक नोकरी– रिटायर व्हायला थोडीच वर्षं राहिली असताना डागाळलं असतं तुम्ही माझं रेकॉर्ड. चला, या माझ्याबरोबर.

स्त्री : पण साहेब मी आनंदात आहे इथं.

पुरुष : साहेब मला थोडा वेळ द्या.

स्त्री : साहेब ते शोधतायंत त्यांचं–

[पुरुष तिच्याकडे रागाने कटाक्ष टाकतो.]

स्त्री : त्यांची एक हरवलेली वस्तू!

चित्रगुप्त : नाही. माझ्याकडे वेळ नाही. तुम्हा दोघांनी लागलीच यायचंय माझ्याबरोबर.

स्त्री : (प्रेक्षकांना) या क्षणी असतं माझं शरीर तर किती बरं झालं असतं. चित्रगुप्त साहेबांना मोहात पाडून मी होकार मिळवला

असता त्यांचा. सगळ्या त्रासदायक गोष्टींचे काही फायदे सुद्धा असतात. मानलंच पाहिजे बाई. पण काय करणार? नाही शरीर यांना मोहात पाडायला तयार. आता गेलंच पाहिजे यांच्याबरोबर.

(चित्रगुप्ताला) पण साहेब तुमच्याबरोबर येण्यापूर्वी एक गोष्ट मला समजली पाहिजे. किंबहुना ती समजण्याचा मला हक्कच आहे.

इथून आपण जिथे जाणार ती जागा कशी असेल? आणि तिथून पुन्हा पुढच्या जागी हलण्यापूर्वी अदमासे किती काळ आमचा त्याजागी मुक्काम असेल?

चित्रगुप्त : प्रश्न विचारण्यास इथे मनाई आहे. जे जेव्हा घडेल ते तेव्हा आपोआपच समजेल.

(पुरुषाला) आणि तू–

पुरुष : (अजूनही लिंग न सापडल्यामुळे उदास) हं - हो साहेब.

[चित्रगुप्ताबरोबर निघतो. पण जाता-जाता त्याच्याकडे पाठ करून रंगमंचावर हरवलेल लिंग शोधत राहतो.]

(तिघेही जातात.)

कावळा : (प्रतिभावंत) (प्रेक्षकांना)

आतापर्यंत गुप्त ठेवलेलं एक महत्त्वाचं रहस्य आपल्यापुढे उघड करण्याची आता वेळ आलेली आहे. केवळ कलात्मक कारणांसाठी ही गोष्ट दडवून ठेवण्यात आली होती. ती अशी — आत्ता घडलेल्या दृश्यात तुम्ही पाहिलेला पुरुष हा त्या मेलेल्या स्त्रीचा पूर्वी मेलेला नवरा होय. बरोबर. ज्याच्याबद्दल तुम्ही तिच्याकडून आणि सखारामकडून इतकं ऐकलंत तोच. आणि गंमत म्हणजे ती दोघंही समोर येऊन एकमेकांना ओळखू शकली नाहीत. हीच खासीयत आहे मरणातली. मरणाबरोबर सर्व नाती अन् त्या नात्यांच्या जबाबदाऱ्याही मरून जातात. सर्वार्थाने मुक्ती मिळते. अगदी जवळच्या नात्यातूनसुद्धा. त्या बाईचं आणि तिच्या नवऱ्याचं — तिच्या जिवंतपणीच्या देवाचं, दोघांचं, मेल्यामुळे असं झालेलं तुम्ही आत्ताच पाहिलंत.

(निश्वास सोडून) हे सगळं मेल्यावर. पण जिवंतपणीही होतं हे कधी-कधी (सूर बदलून) इथंपर्यंत माझी मती उत्तम चालली. पण आता द्विधा होते आहे. या अशा एकेकाळी जोडपं असलेल्या — आता शरीरहीन, लिंगहीन, उरोजहीन, नितंबहीन मानवी आत्म्याचं यानंतर काय होतं? मला त्यांच्या भवितव्याची जबाबदारी माझ्यावर असल्यासारखं वाटतंय. कारण त्या भविष्याचा आम्हा कावळ्यांच्या वंशावरही परिणाम होणार हे निश्चित. मृत्यूनंतर माणसं अनेक योनींत जन्म घेतात आणि त्यांतील एक कावळ्याचीही असते! असं ज्ञानी माणसांनीच म्हणून ठेवलंय. आणि त्याचीच मला काळजी वाटतेय... पण थांबा. आपण ज्याला जवळजवळ पूर्णपणे विसरलोय असा आपला खरा नायक — सखाराम — हो तोच तो — बाइंडर सखाराम — त्याचा नवा खेळ सुरू करतोय. त्याची सहावी स्त्री! चला चला...

[सखाराम बाईंडर या नाटकाचा पहिला प्रवेश सुरू होतो, कारण इथेच या आधीचे नाट्य संपते.]

समाप्त

■

* 9 7 8 8 1 7 1 8 5 9 7 9 5 *

FCW - #0008 - 061026 - C0 - 216/140/2 - PB - 9788171859795 - Matt Lamination